AF359190

அத்தப்பொண்ணு

"செடுத்தான்"

செ.ஆரா (எ) ஆனந்தராசு

ஏலே பதிப்பகம்

அத்தப்பொண்ணு – கவிதை
© "செடுத்தான் " செ..ஆரா (எ) ஆனந்தராசு © 2021
எழுத்தாளர்: "செடுத்தான் " செ..ஆரா (எ) ஆனந்தராசு
முதல் பதிப்பு: நவம்பர் 2021

"செடுத்தான்"
செ.ஆரா (எ)ஆனந்தராசு
விஜயமாநகரம்
8300872523
9361535591

வெளியீடு:
ஏலே பதிப்பகம்
5/175, பாத்திமா நகர்,
கூத்தென்குழி,
திருநெல்வேலி – 627104
தொடர்புக்கு: 9944992571

புத்தகத்தின் முழு உரிமையும் பொறுப்பும்
ஆசிரியருக்கு மட்டுமே சொந்தமாகும்.

Atthaponnu - Poetry
All CopyRights Reserved By
© "Seduthan" S.Ara & AnanthaRasu
Author: "Seduthan" S.Ara & AnanthaRasu
First Edition: November 2021

Published By:
Aelay Publish
5/175, Fathima nagar,
Kuthenkuly,
Tirunelveli -627104
Phone: 9944992571

Design And Executed by

ISBN : 978-93-5533-024-6
Page : 105

பொருளடக்கம்

என்னுரை

வாழிய நலனே வாழிய நலனே..,

அனைத்து வாசக பெரியோர்களுக்கும் செ.ஆராவாகிய என்னுடைய அன்பு கலந்த அல்ல அன்பு மட்டுமே நிறைந்த வணக்கமும் நன்றியும்.

எனக்குள்ளே இருந்த எண்ணங்களை எழுதி அத்தப்பொண்ணு என்ற தொகுப்பாக உங்கள் கைகளில் கொடுத்திருக்கிறேன். முற்றிலும் கற்பனைகளால் உருவான இந்த நூலானது முறைமாமன் உறவினையும், கிராமத்து காதலையும்,பெண்களின் வலியையும் உங்களுக்கு உணர்த்துமென நம்புகிறேன். பல இடங்களில் சொல்லவந்த கருத்துகளையே மீண்டும் மீண்டும் வலியுறுத்தியிருக்கிறேன்.

.பெண்களின் எல்லா வலியையும் உணர முடியாதென்றாலும் சில வலிகளை உணர்ந்து அவர்களுக்கு பக்கபலமாக இருந்தால் அவர்களை விட பாக்கியசாலி யாருமில்லை.காதலுடைய நோக்கமே தவறாக பயன்படுத்தும் நிலையில்தான் நாமிருக்கிறோம்.இதுதான் காதலென்று எளிதாக சொல்லிவிட முடியாது,அது வரையறையற்றது.இந்நூல் காதல் பற்றி வேறோரு கோணத்தை உங்களுக்கு காட்டும் என்று உறுதியாக நம்புகிறேன்.

அற்ற குளத்தின் அறுநீர்ப் பறவைபோல்

உற்றுழித் தீர்வார் உறவல்லர்- அக்குளத்தில்

கொட்டியும் ஆம்பலும் நெய்தலும் போலவே

ஒட்டி உறுவார் உறவு.   (மூதுரை 17)

என்பது போல எனக்கு உண்மையானதொரு உறவாய் இருந்து எனக்கு ஊக்கமளித்து, என்னை வழிநடத்தி இந்த நூல் உருவாக காரணமாக இருக்கும் கலைவாணி அக்காவிற்கு என்னுடைய நன்றியை தெரிவிப்பதில் மகிழ்ச்சியடைகிறேன்.

நல்லாரைக் காண்பதுவும் நன்றே நலம்மிக்க

நல்லார்சொல் கேட்பதுவும் நன்றே - நல்லார்

குணங்கள் உரைப்பதுவும் நன்றே அவரோடு

இணங்கி இருப்பதுவும் நன்று.   (மூதுரை – 8)

என்பதற்கேற்ப, தமிழை வளர்க்கும் தமிழ் பெரியோர் திரு,சிவாபிள்ளை அய்யாவிற்கு என்னுடைய நன்றியை கூறிக்கொள்ள விரும்புகிறேன்.

எழுத்தறி வித்தவன் இறைவன் ஆவான்

நறுந்தொகை - 1

என்ற வரிகளுக்கேற்ப எனக்குள் இருந்த கவித்திறத்தை எனக்கு காட்டிய எனது தமிழ்ப் பேராசிரியர் முனைவர் சி.ஆறுமுகம் அய்யா அவர்களுக்கும் ,ஏனைய ஆசிரியர்களுக்கும் நன்றி கூறி தாள் வணங்குகிறேன்.

மீகாமன் இல்லா மரக்கலம் ஓடாது.

- கொன்றைவேந்தன் –73

அவ்வாறு செய்வதறியாதிருந்த எனக்கு மாலுமியாக இருந்த என் கல்லூரி நூலகர்,பிரதீப்குமார் அவர்களுக்கு நன்றி மலர்களை சூட விழைகிறேன்.

மேலும் , இந்த கவிதை தொகுப்பு வெளிவர உறுதுணையாய் இருந்த அத்துணை நல்லுள்ளங்களுக்கும்,வாசகர் நண்பர்களுக்கும்

நன்றி...!!! நன்றி...!!! நன்றி...!!!

வாழ்த்துரை

வணக்கம்,

சங்கம் என்றால் சங்கமித்தல்,
சனங்கள் எல்லாம்
சகல சங்கதிகளையும், சந்தோசத்தையும்
வெளிப்படுத்துதல், ஒருமுகப்படுத்துதல்
ஒன்று கூடுதல், இணைதல்.....
ஆம்! நாம் இன்று சங்கமித்துள்ளோம்!!!...

அத்தபொண்ணு என்னும் இந்தக் கவிதைத் தொகுப்பானது மனித சமுதாயத்து நிகழ்வுகளைத் தெள்ளத்தெளிவாகப் படம்பிடித்து நம் மனத்திரையை ஆள்கிறது.

மனித வாழ்க்கை அடிப்படை அன்பு பாசம் நேசம் காதல் எனப் பல பரிமாணங்களை இக்கவிதைகள் தொட்டுள்ளன என்று சொல்லலாம்.

புகழ்ந்தாரைப் போற்றி வாழ்!
பெரியாரைத் துணைக் கொள்!

என்ற ஒளவையின் வாக்கிற்கிணங்க, சான்றோர்களைப் போற்றி அவர்களது வழியில் நடக்கும் இலக்கியவாதி, கவிஞர் ஆனந்த ராசுக்கு எனது மனமார்ந்த பாராட்டுகள்.

மக்கட் தொண்டே மகேசன் தொண்டு
உழுவாரப் பணியே உயர் பணி

என்ற நாவுக்கரசர் வழியில் இலக்கிய உலகிற்குத் தொண்டாற்ற விழைந்திருக்கும் அனைத்து உள்ளங்களையும் வாழ்த்துகிறேன்.

எண்ணிய எண்ணியாங்கு எய்துப எண்ணியார்
திண்ணியர் ஆகப் பெறின்

மனத்துணிவுடன், முயன்றால் முடியாதது எதுவுமில்லை; முயற்சி திருவினையாக்கும் என்ற முதுமொழிக்கேற்ப நமது சங்கத்தை மேலும் முன்னேற்ற பாதையில் இட்டுச் செல்ல என் முதல் வாழ்த்துதலை மேலும் தெரிவித்துக் கொள்கிறேன்.

வித்தகம் பேச வேண்டாம்;
பணி செய்ய வேண்டும்.

என்ற சேக்கிழாரின் கூற்று போல், தாங்கள் ஆற்றுகின்ற இந்த இலக்கியத்தொண்டானது தன்னலமற்றதாகவும், புகழ்ச்சியை விரும்பாததாகவும் எப்போதும் நீடித்து இருக்க வாழ்த்துகிறேன்.

மடுத்த வாயெல்லாம் பகடன்னான் உற்ற
இடுக்கண் இடர்ப்பாடு டைத்து.

என்ற அய்யன் வள்ளுவனின் வாக்கிற்கேற்ப, மனத் தளர்ச்சி அடையாது, செய்யும் கவிதைகளைப் புனைந்து தொகுக்கும் அரும்பணியை மேலும் நிறைவுறச் செய்ய வாழ்த்துகிறேன்.

விதியுண்டென்று சொல்ல வேண்டாவே
முடியின் முற்றாத தொன்றுமில்லை

விதியினும், முயற்சிக்கு முன்னுரிமை கொடுத்து வெற்றியின் பயனை மேலும் அடைய வாழ்த்துகிறேன்.

நல்ல நம்பிக்கையில் உருவாகும் கருத்துக்கு என்றும் அழிவில்லை தன்னம்பிக்கை உள்ளவனுக்கு எல்லா வாயில்களும் திறந்து வரவேற்கும்,

உள்ளம் ஒரு முடிவுக்கு வந்து விட்டால்
உடல் என்ன உலகமே நம்மை ஒன்றும் செய்ய முடியாது.

என்ற கண்ணதாசனின் வரிகளுக்கேற்ப, இந்தக் கவிதைக்களத்தில் இறங்கியிருக்கும் அனைத்து உள்ளங்களையும் வாழ்த்துகிறேன்.

நட்பு உண்டாவதற்கு அன்பு மட்டும் போதாது, இலட்சிய ஒற்றுமையும் வேண்டும். இந்த ஒற்றுமையை நாம் இன்று கண்டோம். என்றும் வாழ்க !

மேலும், காமராசரின் புகழ் ஓங்க அவர் வழியில் நடப்போம்...........
வரப்புயர நீர் உயரும்,
நீர் உயர நெல் உயரும்,
நெல் உயர குடி உயரும்,
குடி உயர கோல் உயரும்,
கோல் உயர கோன் உயரும்.

அன்புடன்

கலைவாணி இளங்கோ

தலைவர்,

தமிழவேள் நற்பணி மன்றம்

சிங்கப்பூர்

வாழ்த்துரை

மொழி என்பது தொடர்பாடலுக்குப் பயன்படுகின்றது. இருப்பினும் உணர்வுகளை வெளிப்படுத்த மொழி பயன்படுத்தப்படும் சந்தர்பங்களில் மொழிக்குரிய மரியாதையே தனியானது.

உலக இயக்கத்தில் தாய்மை அடைதல் என்பது உன்னதமானது. அதில் தாய்மைக்கு காரணமான காதல் அல்லது ஈர்ப்பை வெளிப்படுத்த இன்று உலகில் பல்வேறு குற்றச்செயல்கள் இடம்பெறும் நிலையில் கவிதைகள் பாடுவது என்பது மதிக்கப்படவேண்டிய ஒன்றாகும்.

உலக வாழ்வில் காமம் என்ற உணர்வின் முக்கியம் உணர்ந்த வள்ளுவன் அதனை கவிதைகளாக மக்கள் நன்கு அறிந்து கொள்ள தனியாக 250 குறள்கள் எழுதியுள்ளார். அதேபோல, கவிஅரும்பு செ. ஆரா (ஏ) ஆனந்தராசு தான் பெற்ற இன்பம் பெறுக இவ்வையகம் என்ற எண்ணத்தில் தன்னுடைய காதல் அனுபவங்களை எழுதி தன்னுடைய தமிழ்மொழிப் புலமையையும், தன்னுடைய நுண்ணிய உணர்வுகளையும் தமிழ்மொழிக்கூடக வெளியிட்டு காதல் உணர்வையும் தமிழ்மொழியையும் வாழ வைக்கின்றார். அவரை வாழ்த்துவதில் பெருமை அடைகின்றேன்.

அன்புடன்

K Sivagurunathapillai

இயக்குநர்

தமிழ்மொழி கலைக்கழகம்

இலண்டன்

வாழ்த்துரை

அறிவென்னும் கூடுகட்டி அதில் தமிழென்னும் தடம் பதித்து, ததும்பி ததும்பி நடந்துவரும் குழந்தையாய், வரலாற்றுத்துறை மாணவனின் கவிதை முயற்சி நாளை வரலாறு படைத்திடும்.

காதல் சிந்தனையில் கலங்கரை விளக்காய் சாதித்து காட்டியுள்ளது இந்த அத்தப்பொண்ணு கவிதை நூல், போருக்கு செல்வதற்கு முன் ஆயுதங்களை கூர்பாய்ச்சுவது போல, அறிவாயுதத்தை கூர் பாய்ச்சி காதலைக் கைப்பற்றுகிறது இந்த அத்தப்பொண்ணு.

எதை மண்ணில் வீசினாலும் மட்கிவிடும், ஆனால் விதைகள் மட்டும் பூமியை பிளந்து வெடித்து வரும், அதுபோல கவிதை உலகில் இந்த அத்தப்பொண்ணு கவிதை நூல் வீரிய விதையாக விளைந்திடும் என்பதில் ஐயமில்லை

குறிப்பாக

மாதம் ஏழு நாட்கள்
நீயெனக்கு சேயடி,

மற்ற நாட்களிலும்
நானுனக்கு தாயடி

என்ற வரிகள் பெண்ணின் வலியையும், பெண்ணின் வளர்ச்சிக்கு உறுதுணையாய் ஆண்கள் நிற்க வேண்டுமென்பதையும் நமக்கு எடுத்துக்காட்டுகிறது...

காதலிப்பவர்கள் வீட்டில் தொட்டிகளில் வளர்க்கப்படும் செடிகள் போல் இல்லாமல், கடினமான வறட்சியையும், அதிகமான மழையையும் தாங்கிக்கொள்ளும் காட்டு கள்ளிச்செடி போல வாழ்ந்திட வேண்டும் என்று இந்த அத்தப்பொண்ணு கவிதை நூல் உணர்த்துகிறது.

வளர்க உங்கள் முயற்சி..!!!

வாழ்க தமிழ்மொழி...!!!

அன்புடன்..........,
முனைவர் சி. ஆறுமுகம்
உதவிப்பேராசிரியர் ,தமிழாய்வுத் துறை
திரு கொளஞ்சியப்பர் அரசு கலைக்கல்லூரி,
விருத்தாசலம்

1. நிலவாக.....

என்னை

காதலிக்கும்

பெண்கள் எத்தனையோ...,

வானில்

அத்தனை நட்சத்திரங்கள்...

அத்தப்பொண்ணு

அவள் மட்டும்

நிலவாக.....

2. மூன்று மகள்கள்...,

அத்தைமகளுக்கு புருசனாக

இருப்பதைவிட

அத்தைக்கு மருமகனாக

இருப்பது மேல்

""அத்தைக்கு மூன்று மகள்கள்....""

3.சாளரம்..,

பராமரிக்க யாருமில்லாமல்
என் இருண்ட வாழ்வு
அவள் கண்களெனும்
சாளரம் திறந்தால்
வெளிச்சமானது...

4.சிக்னல்...,

சிம்கார்டை போல
அடிக்கடி காதலனை
மாற்றும்
பெண்களிடையே,
என்னவளுக்கு
நான் மட்டும்..

"சிக்னல் சரியாக கிடைப்பதால்
என்னவோ"

5.என்னவெல்லாம்..,

தோன்றும்
எண்ணமெல்லாம் நீயெனக்கு....

தோகைமயிலே...
என்னவெல்லாம் நானுனக்கு....?

சொல்லடி
அத்தப்பொண்ணே...

6. நேரமாகும் போல.....,

பலவகை சிறப்புள்ள..

வாசமிக்க மலரே...

தயவுகூர்ந்து வேகமாக

மலர்ந்துவிடாதே

என்னவள் வர

கொஞ்சம்

நேரமாகும் போல.....

7.அவள் பிரகாசமானவள்...

என் அத்தைமகளிடம்
சந்திரன் கூட
தோற்றுப்போவான்...
அவனை விட
அவள் பிரகாசமானவள்...

விந்திய மலைகளிலே
பொறித்திட வேண்டும்
அவள் உருவத்தை....
அழகு
முகம் வாட்டுகிறது
என் பருவத்தை...

பொழுதெல்லாம்
இருக்கிறாய் நினைவில்....
இரவிலும்
வருகிறாய் கனவில்...

சிந்தையிலே
நான் இருக்கவா...
சந்திக்கும்
வேளை வரை....

காத்திருக்கிறேன் காதலோடு...!!!

8. இவர்கள் உட்பட..,

யாரிவர்கள்....?

கண்ணனும் ராதையுமா...?
இல்லை,
ராமனும் சீதையுமா...
இல்லை,
மதுவும் போதையுமா...?
இல்லை,
நடையும் பாதையுமா...?
இப்படி
சேர்ந்தே இருக்கிறார்கள்...?

ஆம்...
சேர்ந்துமட்டும் இல்லை...

இவர்கள்
ஒருவரோடொருவர்

தொடர்புடையவர்கள்...

ஒருவரையொருவர்
சார்ந்துள்ளார்கள்...

ஒருவரில்லாமல்
மற்றொருவர் இல்லை...

இவர்களிடையில்
காதல் இல்லாமல்
ஒன்றுமே இல்லை...

இவர்கள் உட்பட..,

9.அழகுநாட்டில்...,

நித்திரையிலும்
நிச்சயமாக
சொல்வேனடி
என் அத்தை மகளே
நிசா...

உலகில்
நீ மட்டுமே
அழகியடி...

அழகுநாட்டில்
தங்குவதற்கு
விசா ஒன்று
கிடைக்குமா...

வாழ்ந்தால்
அழகுநாட்டில்;
இல்லையேல்
மதுபாட்டில்....

10. கொரானா இல்லையெனில்.,

அத்தபொண்ணே...
என்ன வசியம்
செய்தாயடி...

உன் நினைவுகள்
என் தூக்கத்தை
திருடுதடி...
கனவுகளில் உன்முகம்
என் மனதை
வருடுதடி..

உந்தன் சிறுபிள்ளைபேச்சு
என்னை சிந்தனையில்
ஆழ்த்துதடி..
சீனியைத் தேடும்
சிற்றெறும்பை போல
என் மனம் உன்னை
தேடுதடி...

கொரானா இல்லையெனில்,
கொள்ளையடித்திருப்பேன்
உன்னை..

11. நான் வருவேன்..,

பெண்ணே.....
உன் கற்றை கூந்தலது
வானைத் தொடும்
நீளமடி..

உயிர் வாழ்வதற்கு;
உன் ஒற்றைசிரிப்பு
போதுமடி....

உன்னைத் தாரமாக
கட்டிக்கொள்ள
ஆசையடி....

இரண்டு கண்கள்
போதவில்லை
உன்னை பார்க்க....

தாலிகட்ட
நான் வருவேன்
ஊர்பார்க்க...

12. சற்றே நிறுத்திவிட்டாய்..,

பிஞ்சு இடுப்பினிலே
உள்ளதடி
என் இதயத்துடிப்பு...

இப்போது
கண்ணில் பட்டதடி
இளகிய
எட்டு மடிப்பு...

சேலைகொண்டு
மறைக்காதே இடுப்பை,
இதயத்திலே
கொஞ்சம் வலிப்பு...

இந்த
இடுப்பை பார்க்கும்போது
கனவிலும்
வந்திடுமோ சலிப்பு....

ஏனோ...
மறைத்துவிட்டாய் இடுப்பை..
சற்றே
நிறுத்திவிட்டாய்
நாடித்துடிப்பை...

கொஞ்சம்
பார்க்க வேண்டும்
உன்
எட்டு மடிப்பை

வாடி..!!!
நாள்தோறும்
சொல்லித்தருகிறேன்
வெட்கமெனும்
பாரம்பரிய படிப்பை...

பக்கம் வா
கிள்ளி பார்த்துகொள்கிறேன்...
கிள்ள கூப்பிட்டால்
தள்ளி ஓடுவதேனோ...?

13. மெத்தை கண்ணங்களில்.,

நீண்டதொரு நீல
கருவிழி...
நித்திரையிலும் நின்மொழி
கேட்குதடி...

காரணம் என்ன..?

எப்போதும் உள்ள
உன் நினைவா...
உன்மேல் என்
கவிதைகள் புனைவா..

உன் மெத்தை கண்ணங்களில்
முத்தமிட வேண்டுமடி...

ஆனால்
இடமாட்டேன்...

நான் ஏற்கனவே
வேறொரு கண்ணத்திற்கு
பட்டா வாங்கிவிட்டேனடி...

முன்பே
உனை பார்க்காததால்...

14. பஞ்சு மெத்தையாய்..,

நீலநிற
சீலைகட்டி
ஆளை மயக்கிவிட்டாள்
அழகுப் புறா....

மணக்கும்
மல்லிகைப் பூச்சூடி
முறைமாமன்

என்னை ஆட்டிப்படைக்கிறாள்....

உந்தன்
குங்குமப் பொட்டு
மனதில்
குழப்பம் செய்கிறதடி...

உந்தன்
இரண்டு கண்களும்
ஆசையோடு
என்னை அழைக்கிறதடி....

கண்ணம்
பஞ்சு மெத்தையாய்
என்னை
உறங்க வைக்கிறதடி....

காதிலாடும்
சின்னத் தங்கத்தோடு
என்னை
ஏங்க வைக்குதடி...

உந்தன்
கருங்கூந்தல் பட்ட
தென்றல்
என்னை உறையவைக்கிறதடி

அந்த
கழுத்தில் நானும்
கட்டணும்
தாலி கவுறு...

தாலி
கட்டிய பின்னே
நான்தானே
உன்னுடைய அவரு.

15. பத்து பாத்திரம் போதுமடி

அத்தை மகளே
அழகு ரதியே மீனா

நீயின்றி நான்
இங்கு வாழ்வேனோ !!!

என்னைமீறி எழுதிடுதே
உன்னை என்பேனா
உன்னைப் பற்றி
எவ்வாறு சொல்வேனோ !!!

கயல் மீன்போன்ற
விழி உனக்கு
உயிர்வாழ தேவையடி
அது எனக்கு..

நீ மான்போல
துள்ளி ஓடினாய்..
எங்கு சென்று
உன்னை தேடுவேன்

கள்ளச் சிரிப்பால்
காதலைச் சொல்லுகிறாய்..
காதல் பார்வையில்
கற்கண்டாய் மெல்லுகிறாய்

தவறேதும் செய்துவிட்டால்
கண்ணத்தை கிள்ளுகிறாய்...
யாரேனும் பார்த்துவிட்டால்
எட்டயென்னை தள்ளுகிறாய்

விளைந்த கரும்பு
போல நிற்கிறாயே
பூத்த அரும்ப
போல சிரிக்கிறாயே.

முகம்பார்க்கும் கண்ணாடி
போல் மிண்ணுகிறாய்...
ஓரக் கண்ணசைத்து
காதலனை மயக்குகிறாய்

வாழைத்தண்டு இடுப்புகண்டு
வாங்குதடி மூச்சு
முழுதாய் பார்க்காமல்
கண்கள் வாடிப்போச்சு

தேன் மணக்கும்
உன்னோட பேச்சு
கேட்க கேட்க
என்னமோ ஆச்சு

கட்டுடலில் கண்டாங்கி
    புடவை கட்டினாய்
எனக்குள் காதல்
    ஆசை மூட்டினாய்

என்னிடம் பொய்
    கோபத்தைக் காட்டுகிறாய்
கட்டற்ற காதலை
    மனதிற்குள் பூட்டினாய்

பூப்போல் பூத்தாய்
    என் மனதில்
கொடுக்கிறாய் தொல்லைகள்
    தினமும் கனவில்

கண்கள் பேசும்போது
    வார்த்தைகள் தேவையில்லை
அந்த வார்த்தைகளுக்கு
    அகராதி ஏதுமில்லை...

காதல் வார்த்தை
    ஒன்றுமட்டும் சொல்
என் கண்களுக்குள்
    விரைந்து வந்துநில்

யாரேனும் பார்த்துவிட்டால்
கொஞ்சம் தள்ளு
ஏறெடுத்து பாரடி
மனதென்ன கல்லோ..

நல்ல வேலை
ஒன்று கிடைக்கட்டும்
பட்டு சேலையொன்று
வாங்கி தருகிறேன்

இன்னும் கொஞ்ச
நாள் பொறுத்துக்கொள்
சற்று காதுகொடுத்து
சொல்வதைக் கேள

சீர் வரிசை
எதுவும் வேணா
சிக்கனமாய் கல்யாணம்
செய்து கொள்வோம்

வாழ்வதற்கு பத்து
பாத்திரம் போதுமடி
பெண்ணே நாமும்
பக்குவமாய் வாழ்ந்துக்கலாம்..

16. தூரத்துக்காதல்

அவன் அவளுக்கானவன்,
அவள் அவனுக்கானவள்
மறுப்புசொல்ல
யாரால் முடியும்...

ஆணுக்கு பெண்,
பெண்ணுக்கு ஆண்
என்பதல்ல காதல்.

மாறாக,
ஆணுக்காக பெண்
பெண்ணுக்காக ஆண்,
என்பதே காதல்.

யானையின் பலம்
தும்பிக்கை என்றால்...
காதலின் பலம்
நம்பிக்கையல்லவா...?

பிரிந்தே இருந்தாலும்
அவர்கள் காதல்,
அவரவர்களிடத்தில்...

அவன் கன்னியாகுமரியில்,
அவள் காஷ்மீரில்
என்றாலும்..
அவரவர் காதல்
அவரவர்களிடத்தில்

நினைவுகளில்
செல்கின்றது
அவள /னது
காதல்...

ஆறு மாதத்திற்கு
ஒருமுறை ஒரு
சிறு சந்திப்பு....
எப்போதும் அவள் /ன்
வருகை பற்றிய
சிந்திப்பு...

வராவிட்டால்
வரவில்லை என்ற
வருத்தம்..
வந்துவிட்டால்
மீண்டும் சென்றுவிடுவாளோ / னோ
என்ற பயம்...

புலனத்தில் பேசினாலும்...
ஐம்புலனும்
அவனை /ளைத் தேடும்

எப்போதும் இருக்கும்
அவள் / ன் நினைவு..
கண்ணை மூடினாள்
கல்யாண கனவு...

வாரம் ஒரு சண்டை...
உடனடியாக
அதற்கொரு சமாதானம்
அடுத்தநொடி
இன்னொரு சண்டை.
அடிக்கடி
சண்டை நடக்கும்...
அதனால்
காதல் பெருகும்..

இவளுக்காக
அவன் அங்கு...
அவனுக்காக
இவள் இங்கு...

சங்கம் வைத்து
தமிழ் வளர்த்த
பாண்டியன் போல...
சண்டையிட்டு
காதல் வளர்க்கிறார்கள்
தொலைதூரக் காதலர்கள்

ரயில் போல
தொடர்கின்றது
இந்த பந்தம்...
எப்போது
ஆவார்களோ
இருவரும்
சொந்தம்....

தூரத்துக்காதல்

மரத்திலே பழுத்த

கனி போன்றது...;

அத்துணை சுவையானது...

அது

எல்லோருக்கும்

வாய்த்திடாத ஒன்று.....,

17. பிரியம்மா !!! பிரியம்மா !!!

விண்ணடி நீயெனக்கு,
விரிவடி நானுனக்கு;
நரம்படி நானுனக்கு,
யாழடி நீயெனக்கு;
சொல்லச்சொல்ல வருகிறதடி,
உந்தன் பெருமையெல்லாம்;
வீசுதென்றலே ! பேரழகே !
பிரியம்மா ! பிரியம்மா !

நாட்காட்டி நீயெனக்கு,
நாட்களடி நானுனக்கு;
வயல்வரப்பு நானுனக்கு,
நெல்மணிகள் நீயெனக்கு;
உன்னைக்காண தவம்கிடக்குதடி,
என் கண்கள் ;
கார்குழலே !கானமயிலே !
பிரியம்மா ! பிரியம்மா !

உயிரடி நீயெனக்கு ,
உடலடி நானுனக்கு ;
ஓவியம் நானுனக்கு,
வண்ணமடி நீயெனக்கு ;
எண்ணியெண்ணிப் பார்க்கிறேன்,
என்னில் உன்னை;
வஞ்சிக்கொடியே ! வாள்விழியே !
பிரியம்மா ! பிரியம்மா !

கயல்மீன் நீயெனக்கு,
    கையை நானுனக்கு ;
கட்டெறும்பு நானுனக்கு,
    கற்கண்டு நீயெனக்கு;
எழில்மிக்க உன்னழகை,
    எவ்வாறு நானுரைப்பேன் ;
மஞ்ஞையே ! மகரந்தமதுவே !
    பிரியம்மா ! பிரியம்மா !

சமுத்திரம் நீயெனக்கு,
    சங்குகள் நானுனக்கு ;
துள்ளுமீன் நானுனக்கு,
    தூண்டில் நீயெனக்கு ;
கட்டியெனை இழுக்கும்,
    காரணம்தான் என்னவோ ?;
துப்பே ! துளசியே !
    பிரியம்மா ! பிரியம்மா !

தாமரை நீயெனக்கு,
    தடாகம் நானுனக்கு ;
கூர்மை நானுனக்கு,
    தோட்டமடி நீயெனக்கு ;
கண்ணால் ஒளிவீசி,
    காதலைச் சொல்லாயோ..;
கமலாசனியே ! இந்திரதனுவே !
    பிரியம்மா ! பிரியம்மா !

நல்லமழை நீயெனக்கு,
    புஞ்செயடி நானுனக்கு ;
கடலடி நானுனக்கு,
    சேருமாறடி நீயெனக்கு ;
நல்நானம் மணக்குதடி,
    மங்கையுன் மேனியெங்கும் ;
மாகமே !   மாமதியே !
    பிரியம்மா ! பிரியம்மா !

கட்டைவிரல் நீயெனக்கு,
    கரமடி நானுனக்கு ;
கணையாழி நானுனக்கு,
    கைவிரல்கள் நீயெனக்கு ;
சின்னச் சிரிப்பால்,
    என்னை சிறையெடுத்தவளே ;
முகுரமே !   முச்சுடரே !
    பிரியம்மா ! பிரியம்மா !

அத்தைமகள் நீயெனக்கு,
    முறைமாமன் நானுனக்கு ;
மலரடி நானுனக்கு,
    மணமடி நீயெனக்கு ;
உன்னை நோக்கியே,
    என்கால்கள் நடக்குதடி ;
கண்ணே !   கருத்தே !
    பிரியம்மா ! பிரியம்மா !

கண்ணடி நீயெனக்கு,

இமையடி நானுனக்கு ;

நோயடி நானுனக்கு,

மருந்தடி நீயெனக்கு;

நீயில்லா நேரங்களில்,

உயிர்நின்று விடுகிறதே;

என்தேவியே ! தேவதையே !

பிரியம்மா ! பிரியம்மா !

18. ஆசைகளை அள்ளி வீசு..,

உச்சிமுகர்ந்து பார்க்கவேண்டும்
உந்தன் மொட்டுடலில்..
விழுந்தெழ வேண்டும்
இந்த கன்னிக்கடலில்...

நாள்தோறும் உறங்கவேண்டும்
முதுகுத் திடலில்...
அதுபற்றி வினவலாமா
இந்த மடலில்...

இடுப்போரம் ஆடுதடி
உன் முந்தானை...
இழுத்து பிடித்து
வாசிக்கவா வீணை...?

உதட்டை பிசைந்து
எடுத்திடவா தேனை...?
உடைக்க சொல்லுதடி
உன் இடுப்புபானை..

ஆயிரம் ஒளிதரும்
அகல் விளக்கு.
நீயே என்
வாழ்க்கை இலக்கு...

என்னைக் கண்டுவரும்
வெக்கத்தை விலக்கு...
தெளிவாய் இருக்குமென்
மனதினை கலக்கு...

நீ சிரிக்க
பூக்குமடி அரும்பு
உன்மூக்கு வடிவம்தானே
பிற்காலத்தில் கூம்பு

நீ கிடைக்கவேண்டி
செய்தேனடி நோன்பு....
நீயோ செய்கிறாய்
வேண்டுமென்றே வீம்பு....

உன்கால்படவே காத்திருக்கு
சாலையில் மண்ணு
சண்டையிடு எதிரில்
வந்து நிண்ணு...

பிறகு முத்தமிட்டு
சமாதானம் பண்ணு
சாகும்வரை உன்னோடுதான்
புரியுதாடி அத்தபொண்ணு

கருத்த கூந்தலிலே
        என்னை கட்டிபோட்டு
இரண்டு கண்களையும்
        காவல் போடு

கட்டை கைகளால்
        என்னை கட்டு
காலம் தாழ்த்தாமல்
        கழுத்தை நீட்டு..

உன்னை எனக்கு
        பிறந்த பெண்ணாய்..
என்னை சுமந்து
        பெற்ற தாயாய்...

அக்கறையோடு பார்த்து
        கொள்கிறேன் உன்னை
குழப்பம் ஏனடி..
        பாரடி என்னை

எனமனதில் பறக்கும்
        சின்னஞ்சிறு தேன்சிட்டு..
என்னை பார்த்து
        போகாதே வெக்கப்பட்டு...

வஞ்சிக்கொடியே, மஞ்சள்செடியே
பார்க்காமல் என்னை.
பார்க்காமல் பார்த்து
நடக்குறியே மண்ணை

வயதுகள் முடிகின்றன
மிக விரைவாக...
தலை முழுதும்
முடிகள் நரையாக...

பசித்த வயிற்றிற்கு
நல்ல இரையாக
என்னை ஏற்றுக்கொள்ளடி
வாழ்க்கைத் துணையாக...

வேண்டாம் மௌனம்
வாய்திறந்து பேசு
மூடிவைத்த ஆசைகளை
அள்ளி வீசு...

வெக்கங்களை விட்டு
என்னிடம் பேசு
நீயின்றி நானிங்கே
செல்லாக் காசு...

19.. கண்கள் தேடுகிறது..,

அழவைப்பது
அவள்தான்

என்று தெரிந்தும்,

கண்கள்
அவளையே தேடுகிறது...

வேறென்ன செய்வது,
துடைத்து விட

அவள் மட்டும்தானே
இருக்கிறாள்..

20.. நீ கொடுத்த பரிசு..,

தேடிப்பார்த்தேன் தேவதைகளை
உலகெல்லாம் அலசி...
ஒருத்திகூட கிடைக்கவில்லை
உனைப்போலடி துளசி...

கன்னித்தீவு கதையையபோல
உன்கூந்தல் நீளம்
எல்லாம் நீவந்து
சேர்ந்த காலம்...

கட்டழகு மேனிகொண்ட
என்காதல் ராணி..
உள்ளம் நோகுதடி
கண்முன்னே வாடி..

காதல்போதை கொடுத்தவளே
ஆசை அத்தைப்பொண்ணே
போதை தெளியவேண்டும்
பாரடி பின்னே

தனியாக போறவளே

துணைக்கு வரலாமா...

பஞ்சு கண்ணத்தை

கிள்ளி பாக்கலாமா..

சாதனைவிருது வாங்கி

சாமத்துல வரவா...?

வான்நிலவ எடுத்துவந்து

ஆசையோடு தரவா... ?

தென்றலும் மயங்குமடி

நீ சிரித்தால்...

சாதனையாளன் ஆனேனடி

உன்பார்வை பட்டதால...

கண்விழிக்கும் வேளையில்

நீ வேண்டும் முன்னாடி

இந்த விருதெல்லாம்

காதல்காட்டும் கண்ணாடி...

கூந்தலிலே ஆடுதடி

அடுக்குமல்லி பூவு..

உன்னோடிருந்தால் தள்ளிப்போகும்

என்னுடைய சாவு....

இவையெல்லாம் நீ
கொடுத்த பரிசு..
நினைத்து உருகுதடி
என்னுடைய மனசு....

பந்தக்கால் நட்டுவிட
நல்லநாள் சொல்லு..
துணையாய் வந்து
கூட நில்லு..

என் வெற்றிகளில்
நீயொரு அங்கம்.
உன்னுதவியிருந்தால் உலகே
என்கையில் தங்கும்...

வாங்க வந்தேன்
சாதனை விருது...
பக்கம்நீ இல்லையென
கண்ணீர் வருது..

பரிவட்டம் கட்டி
வாங்குகிறேன் பதக்கம்...
பக்கம் நீயில்லையென
ஒரு தயக்கம்...

நீ எனக்கு
        கொடுத்த பரிசு...
என் வாழ்வில்
        ரொம்ப பெரிசு...

மனதில் கொட்டுகிறது
        சந்தோச அருவி...
என் வெற்றிக்கு
        நீயொரு கருவி...

விருதுபெற எனக்கு
        இல்லை தகுதி..
என்மேல் உனக்கு
        அன்பு மிகுதி...

என் வெற்றியில்
        நீயொரு பகுதி..
நீயிங்கு வராமல்போனது
        யார்செய்த சதி..?

தாய்போல் என்னை
        காப்பவள் இவளே..
இவ்விருது இவள்
        அன்பின் நகலே...

நான் உன்னை
என்றும் மறவேன்..
உன்னைவிட வேறுவிருது
இல்லையென கூறுவேன்

நான் உன்னை
என்றும் மறவேன்..
உன்னைவிட வேறுவிருது

21. தேன்குடிக்க மலர்களெல்லாம்....

(ஆர்த்தி அந்தாதி)

அத்தப்பொண்ணே என்னிரு
கண்ணே ஆர்த்தி
ஆர்த்தியின் அழ
கெல்லாம் நேர்த்தி

நேர்த்தியோடு சேர்க்கிறாய்
எனக்கு கீர்த்தி
கீர்த்தியை விரும்பாதவர்
உலகில் யாருமில்லை..

யாருமில்லை உன்னைத்தவிர
என்னைக் காதலிக்க..
காதலிக்க நீயிருந்தால்
சொர்க்கம்தானே வாழ்க்கை

வாழ்க்கைபோதும் நீயென்னோடு
இருக்கும் வரை
வரையற்ற மகிழ்ச்சிகள்
வந்து சேரும்...

சேரும் செல்வங்களில்
நீயே பெருஞ்செல்வம்
பெருஞ்செல்வம் நீயின்றி
எனக்கேது மறுபிறவி

மறுபிறவியிலும் உன்னுடனே
என்ஜீவன் இருக்கட்டும்
இருக்கட்டும் காதல்மட்டும்
தேவையில்லை வேறேதும்

வேறேதும் வேண்டாம்
நீஎன்னோடு இருக்கையிலே..
இரு(க்)கையிலே உனைசுமப்பேன்
வாழ்வின் கடைசிவரை

கடைசிவரை கலங்காமல்
உன்னை காத்திருப்பேன்...
காத்திருப்பேன் காலமெல்லாம்
உன் கைப்பிடிக்க

கைப்பிடிக்க கைகோர்க்க
நாள்இருக்கு இன்னும்
இன்னும் கேளு
என்னவேண்டும் வேறு

வேறென்ன வேறென்ன
எனக்கு வேண்டும்
வேண்டும் எனக்கு
எல்லாம் உன்னோடு

உன்னோடு எப்போதும்
நான்இருக்க வேண்டும்
வேண்டும் உன்கண்காக்க
இமையாக நான்

நான் ஆகவேண்டும்
உன்னிரு கண்ணாய்
கண்ணாய் காத்திடுவேன்
நானும் உன்னை

உன்னைத்தவிர வேறு
யாரடி எனக்கு
எனக்கு நீயும்
உனக்கு நானும்

நானும் வாழ்ந்திடவேண்டும்
உனக் கென்று
என்று எடுப்பேன்
ஓர் சபதம்

சபதம் வெல்லும்
காலம் வரை
வரைந்து பார்க்கிறேன்
மனதில் உன்னுருவை

உருவை காட்டும்
கண்ணாடி நீ
நீ காட்டும்
உருவம் நான்

நான் நோக்கும்
திசை நீ
நீ பார்க்கும்
பொருள் நான்

நான் பாடும்
பாடல் நீ
நீ வரைந்த
படம் நான்

நான் வடிக்கும்
சிற்பம் நீ
நீ படிக்கும்
புத்தகம் நான்

நானின்றி நீயில்லை,
நீயின்றி நானில்லை
நானில்லை என்றாலும்
நீ வாழ வேண்டுமடி

வேண்டுமடி உனைசுமக்க
இங்கு பூச்செடிகள்
பூச்செடிகள் உன்னால்
தானே பூப்பூக்கும்..

பூக்கும் மலர்களிலே
தேனியெல்லாம் தேன்குடிக்கும்...;
தேன்குடிக்க மலர்களெல்லாம்
உன்னைநோக்கி படையெடுக்கும்

22. பார்த்தவுடன் உன்னை..,

அத்தபொண்ணு செல்லம்
50 கிலோ வெல்லம்
ஆளு கொஞ்சம் குள்ளம்
கண்ணத்துல பள்ளம்

மனசுக்குள்ள வா நீ
எங்கவீட்டு ராணி..
அடுக்குமல்லி பூ நீ
உன்ன தேடுதடி தேனீ

என்னம்மா உனக்கு அத்த
கொடுக்கவா சொத்த
கத்துதரவா காதல் வித்த
நீவெக்கத்துல கத்த

கண்ணம் ரெண்டும் கண்ணாடி
வந்துநில்லு முன்னாடி
மாமன் யாருடி கில்லாடி
திரும்பிபாருடி பின்னாடி

ஆசப் பொண்ணு பிரியா
கோயிலுக்கு வரீயா
பேசாம போறியா..
சொல்லடி சரியா..

வைரம்   நீ
என்னிலொரு அங்கம்
ஓடுறியே அங்கும் இங்கும்
தெரியுறியே எங்கும்

நீரில்லாது வெயில்பட்ட
ரோசாவா வாடுறியே
கனவுல என்ன தேடுறியே
என்னப்பாத்தா ஓடுறியே..

எனைக்கண்டு ஓடாதடி மானே
தெவிட்டாத தேனே
உனக்கு மட்டும்தான் நானே
ஆத்து அயிரமீனே...

அழகு முகம் உனக்கு
பிடித்துவிட்டது எனக்கு
என்ன கோபம் உனக்கு
தெரியவில்லையே எனக்கு..

மார்கழி அடுத்துவரும் தையில்
குழந்தை தவழும் உன்கையில்
பொய்யல்ல இதுவும் உண்மை
அழாதே,,, கலைந்துவிடும் கண்மை..

திருச்செந்தூர் தங்கத் தேரே
    கொஞ்சம் திருபிபாரேன்
உன்னைவிட்டால் எனக்கு யாரு
    முடிந்தால் யோசித்துகூறு.

ஆசை கொண்டேன் உன்மேலே
    யாருமில்லையே உன்போல
உன்னை ரசிப்பதே
    என்முழு நேரவேல

அய்யோ.. எவ்வளவு அழகு
    நெருங்கிவந்து பழகு
காதலுக்கு ஏது அளவு
    நீதான் என்னுலகு

பார்த்தவுடன் உன்னை
    கொடுத்துவிட்டேன் என்னை
திருடிவிட்டாய் என்னை
    பிரியமாட்டேன் உன்னை

23. தென்றல் காற்றது...?

பள்ளிப் படிப்பை
        சிறப்பாய் முடித்துவிட்டு..
பட்டம் படிக்க
        கல்லூரிக்கு போறவளே..

துணைக்கு நானும்
        கூட வரவா......
காதல் பாடம்
        சொல்லித் தரவா...

எட்டுமடிப்பு சேலையில்
        எனக்கு இடமிருக்கா...
வாழைப்பூ கழுத்தில்
        தாலிகட்ட வாய்ப்பிருக்கா...

பதில் பேசாமல்
        நீயும் போகாதடி..
மாமன் மனம்
        ஏனோ நோகுதடி

உன்பாதம் பட்ட
        மண்ணை அள்ளி
வைத்துக்கொண்டேன் பொட்டு
        உன்பேர சொல்லி

விட்டு நீயும்
        போகிறாயே தள்ளி
என்னை அலையவிடாதே
        திருட்டு கள்ளி...

எனக்கு மந்திரமடி
        உன்னோட பேச்சு
தென்றல் காற்றது
        நீவிட்ட மூச்சு

செய்கிறாய் என்
        மனதை ஆட்சி
அன்னப் புறாவே,
        அத்தமகளே கருவாச்சி

என்னை மூக்குத்தியாய்
        போட்டுக்கொண்ட முந்திரியே
வசமாய் என்னை
        வாங்கிக்கொண்ட தந்திரியே

அத்தை மகளே
        அழகு சுந்தரியே.
என்னை வழிநடத்தும்
        அருமை மந்திரியே.

வாசனை பூச்சூடும்
உன் கூந்தலிலே
ஏனோ என்
மனதை சூடுகிறாயே..

கண்சிமிட்டும் நேரத்திலே.
தேன்சிட்டாய் மறைகிறாயே
எப்போதும் என்மனதில்
குறையாமல் நிறைகிறாயே..

குண்டு கண்களால்
குறுகுறுவென பார்க்காதடி..
மாமனிடம் நீயும்
சிரித்து நடிக்காதடி...

கிளி மூக்கால்
கொத்திடவே பார்க்காதடி
ஆத்தாடி அழகால
நீயென்ன தாக்காதடி

காதல் இருக்கட்டும்
ஒரு பக்கம்...
படிப்பு இருக்கட்டும்
மறு பக்கம்...

ஒழுங்காய் நீயும்
    நல்லா படி...
பிறகு தாலிகட்ட
    மாமன் ரெடி..

சுத்துபட்டு நான்கு
    ஊரை ஒன்றுகூட்டி
உன்னை கூட்டி
    போவேன் தாலிகட்டி....

வாங்கிவிட்டேன் தங்கத்துல
    காலுக்கு மெட்டி...
போகாதடி நீயும்
    வார்த்தையை தட்டி...

இரண்டு பேரும்
    கல்யாணம் கட்டிகிட்டு...
நமக்குநாமே போட்டுக்கலாம்
    ஆளுக்கொரு கால்கட்டு

பத்து பன்னிரெண்டு
    பிள்ளைகள் பெற்று
அதிகபணம் சேர்க்காமல்
    அன்புகொண்டு வாழ்வோம்

24. மனசெல்லாம் உன்முகமே.

ரத்தினத்தை பார்த்தபின்
        நித்திரையே இல்லை...
சித்திரமே கனவிலும்
        கொடுக்கிறாயே தொல்லை...

காதல் மயக்கத்திலே
        கிடக்குது பிள்ளை
பசும்பால் போல
        மனசோ வெள்ளை...

உன் மேனிகண்டு
        என்கண்கள் கூசுகின்றன..
கண்கள் கூட
        காதல் பேசுகின்றன..

தென்றல் காற்றாய்
        நினைவில் வீசுகிறாய்
மாமன் நானிருந்தும்
        தனியாக பேசுகிறாய்..

கணக்கு வகுப்பில்
        உன்னை கண்டுபிடித்தேன்...
அன்றோடு என்
        தூக்கத்தை மறந்தேன்

இதயம் துடிக்கும்வரை
　　　உனக்கெனவே இருப்பேன்
கணவனாக காலமெல்லாம்
　　　கண்ணுக்குள் வளர்ப்பேன்

உன்னை மட்டுமே
　　　எனக்கு பிடித்திருக்கு..
என் மனசெல்லாம்
　　　உன்முகமே நிறைந்திருக்கு

என் உடலும்
　　　உயிரும்　நீதானடி....
என்ன நீயும்
　　　கொஞ்சம் புரிஞ்சிக்கடி...

காதல் என்மேல்
　　　உனக்கு இல்லையா...
அல்லது காதலிக்க
　　　நேரம் இல்லையா...

எதுதான் காதல்
　　　பொருள் சொல்லடி...
மனதில் வேறு
　　　யாரும் இல்லடி...

ஒருவார்த்தை பேசினால்
        என்னடி என்னவளே...
மனதிற்குள்   வரமுடியாது
        வேறு எவளும்

உனக்காக வாழ்கிறான்;
        அத்தை மகனும்
கழுத்தில் மாலையிட;
        நீ ஒத்துவரணும்.

உயிர்வாழ உன்னை
        குடித்துக்கொள்கிறேன் தண்ணீராக
என் காதலெல்லாம்
        கொட்டுகிறதே கண்ணீராக

நினைவால் தெளித்தேன்
        உன்மேல் பன்னீரை
உறிஞ்சாதே என்னுடலில்
        ஓடும் செந்நீரை

சித்திரம்போல நிற்கும்
        சின்ன பொண்ணே..
சிந்தித்து பாருடி
        என் செல்லக்கண்ணு

கண்ணாடிபோல மின்னும்
என் அத்தப்பொண்ணு.
காலமெல்லாம் காத்திருப்பேன்
உனக்கென கண்ணு

உனக்காக வண்ணத்துபூச்சியை
பிடித்துவந்தேன் தேடி
ஆவாரம் பூவே..
என் உயிர்நாடி

அச்சு வெல்ல
நிறத்தழகி நீயோ;;;
என்னை தேடி
எப்போது வருவாயோ...

25. முழுதாய் பார்க்கும்முன்னே..,

அத்தமகளே ஆர்த்தி
        மறையாதே எனைப்பார்த்து
சந்தைக்கு போகலாமா
        இரண்டு கைகோர்த்து

ஓரப்பார்வை பார்க்கிறாயே
        நடப்பதையும் நிறுத்தி
உனக்காக பிறந்ததா ?
        பட்டு பருத்தி...

என்னை மயக்குகிறாயே
        செல்லமாய் சிரித்து...
என்னை களவாடுகிறாயே
        கண்ணிமையை விரித்து...

நானும் பாடவா
        உன்னழகை குறித்து..
அதில் சொல்லமாட்டேன்
        பொய்களை திரித்து...

ஆட்டமாடும் நடையினை
நீ திருத்து...
அழகும் இருக்குதடி
நடையினைப் பொறுத்து...

நானும் சொல்லிடவா
சின்னதொரு கருத்து..
போகமாட்டேன் எப்போதும்
உன்னை வெறுத்து..

உன் கூந்தலோ
வானைத்தொடும் நீளம்...
முடித்த சடைகளோ
தட்டுதடி மேளம்..

கூந்தல் காற்றில்
போடுதடி தாளம்..
அதைப் பிடித்து
போடவா பூக்கோலம்...

பளிங்கு போல
உன்னுடைய நெற்றி...
எப்போதும் ஆழ்மனது
யோசிக்குதே அதைப்பற்றி..

கோலம் போட்டு
பார்ப்பேனடி அதிலே..
எந்த சந்தேகமும்
தேவையில்லை இதிலே...

சின்னதாய் என்னதடி
அது புருவமா..
அதற்கு என்ன;
கன்னிப்பெண் உருவமா...

கருப்பாக சின்னதாக
வானவில்லின் கோடா
அதை கட்டியிழுக்க
தேடுகிறேன் நாடா

அழகாய் மின்னுதடி
அதனடியில் கண்ணு...
அதுவுனக்கு அழகு
சேர்க்கிறதடி அத்தபொண்ணு...

முழுதாய் பார்க்கும்முன்னே
விழுந்துவிட்டாய் விழியில்...
பாழாய்போகும் என்னை
மாற்றிவிடு நல்வழியில்...

கொஞ்சம் மேடாக
    உள்ளதடி கண்ணம்...
கொஞ்சம் சீண்டி
    விளையாட எண்ணம்

அதில் கட்டிடவா
    காதல் சின்னம்..
தீட்ட வேணும்
    நீயுமதில் வண்ணம்...

இருகண்ணம் இடையில்
    சின்னஞ்சிறிய மூக்கு...
அதனுடனே விளையாட
    விரும்புதடி நாக்கு..

இரு துளைகளிடையில்
    சுவாசப்போக்கு வரத்து...
நெரிசல் ஏற்படாமல்
    தடுத்து நிறுத்து...

உதட்டில் துடிக்குதடி
    வாலில்லாத மீனும்...
இதமாக என்னுதட்டால்
    சாப்பிடுவேன் நானும்...

உதட்டில் சொட்டுதடி
    பூமலர் தேனும்...
விரைந்து வந்துவிட்டேன்
    சாப்பிடவே நானும்

இவற்றையெல்லாம் தாங்குதடி
    முந்திரிப்பழ கழுத்து...
அங்கு எழுதப்போறேன்
    புதிய உயிரெழுத்து...

வெக்கப்பட்டது போதும்
    நிமிர்ந்துபாரு எழுந்து...
எப்போ விளையுமிந்த
    பழச்செடி கொழுந்து...

கன்னிக் கடலான
    சின்ன உடலில்...
நாள்தோறும் விளையாடும்
    விளையாட்டுத் திடலில்...

வந்து வைக்கிறேன்
    சீக்கிரமே கையினை...
உனக்கே தெரியுமல்லவா..
    சொல்லமாட்டேன் பொய்யினை..

26..காதல்வரம்..,

வெள்ள வெள்ள
உடம்பினால்
தொல்ல நீயும்
கொடுக்கிறாய்

சோறு தண்ணீர்
செல்லாமல்-
தூக்கத்தை நீயும்
கெடுக்கிறாய்

கண்டேன் உன்போல்
நிலவு
என்மனது போனதே
களவு

களவாடியது இவளா
தெரிந்தால்
குயிலே நீ
கூறு...

எத்தனை நாள்
காத்திருப்பேன்
என் விழியும்
பூத்திருப்பேன்

எப்போது நீ
வருவாய்
என்னாசைகளின் முழு
உருவாய்

வெள்ளி சந்தைக்கு
போகலாமா
சமைத்த சோளக்கருது
வாங்கலாமா...

கருத மட்டும்
கடிச்சிக்கடி
உனக்குப்பாதி எனக்கு
மீதி...

நடக்கட்டும் உன்னுடன்
கல்யாணம்
இருப்பேன் உன்னுடன்
எந்நாளும்

உனக்காக உயிர்விடுவேன்
இப்போதும்
உன்னைவிட்டு பிரியமாட்டேன்
எப்போதும்

எப்போதும் இருப்போம்
பிரியாமல்
பிரிவின் அர்த்தம்
தெரியாமல்

இடைவெளி வேண்டாம்
நமக்குள்
நிரந்தரமாய் தங்கிவிடு
மனதிற்குள்....

இது எத்தனைவயது
காதல்
நடுவில் எத்தனை
மோதல்

சண்டைகள் வந்தன
நிறையவே..
அன்பு இல்லை
குறையவே..

அழகா இல்லை
உனக்கு..
ஆசையா இல்லை
எனக்கு..

இந்த கோபமது
எதற்கு
இதுகாலம் போடும்
கணக்கு...

விரைவில் நாமும்
சேர்வோம்
ஊர் மெச்சும்படி
வாழ்வோம்...

அந்தநாளும் விரைவில்
வரும்..
இதுவே நான்கேட்கும்
காதல்வரம்..

நல்லா படி
கண்ணே...
கல்யாணமெல்லாம் படித்துவிட்டு,
பின்னே...

நம்முடைய பேருக்கு
பின்னே
பட்டம் போடணும்டி
அத்தபொண்ணே...

27. உனக்கொரு அடையாளம்..,

அத்தமகளே அழகுபொண்ணு
நீ வளர்ந்துவிட்ட வாழைக்கண்ணு
ஆடையில் இருக்கவேண்டாம் சிக்கனமாய்
சேலையிலே நீயிருக்கிறாய் லட்சணமாய்..

நீயணிந்து கொள் பாவாடைதாவணி
அதுவுனக்கு நல்லணி...
லெக்கின்ஸ் எதற்கு
அதைதூக்கி யெறிந்துவிடு

தாவணிபோடும் தங்கப்பொண்ண...
பார்க்கப் போதவில்லை இரண்டுகண்ணும்
ஜீன்ஸ் எதுக்கடி
உனக்கது வேண்டாமடி

பாரம்பரியம் மறைந்துவிட்டன..
டிசர்ட் கூட வந்துவிட்டன...
பண்பாடு சீரழிஞ்சி...
பாலியல் பிரச்சனைகளும் வந்துவிட்டன...

ஆசைக்கு ஆடையா..
அதனால் கூடிடுமா அழகு...
ஆபாசமாய் இருப்பவர்கள் சிலபேர்...
நவீனநாகரீகம் தேடிச்செல்வோர் பலபேர்...

நாகரீகம் என்றாலென்னடி...
காலம் ஓடுகின்றன முன்னாடி...
செய்திதாள்கள் கண்ணாடி...
பார்த்து புரிந்துகொள் கண்மணி

சேலையொன்று கட்டிக்கொண்டு
செண்டுமல்லி சூடிக்கொண்டு
தெருவில் நீயும் நடந்துவந்தால்;
தேவதைக்கு பொருள் தெரிந்துவிடும்

காலம் மாறிப்போச்சு...
நீயும் வீரத்தமிழச்சி...
கலாச்சாரம்தான் உயிர்மூச்சி...
பாரடி கண்விழிச்சி...

போனதெல்லாம் போகட்டும்
மாறிவிடு கொஞ்சம்...
உலகில் உருவாக்கு
உனக்கொரு அடையாளம்...

ஜீன்ஸ்பேண்ட் லெக்கின்ஸ்
நேற்றுவந்த உடைகளடி.
புடவைதாவணி போன்றவை
தமிழரின் உணர்வடி...

28.உன்னிடத்தில் வேண்டுகிறேன்..,

லேசா வளர்ந்தது
அரும்பு மீசை...
கூடவே முளைத்தது
காதல் ஆசை..

அவளது பார்வை
என்மீது வீச...
நேரம் கிடைக்கவில்லை
அவளுடன் பேச...

அவளும் இருந்தால்
தேவதை போல...
அவளை நினைத்து
தேய்கிறதே மூளை

அவள பார்ப்பதே
முழுநேர வேலை...
அவளும் பிறந்தால்
என்னோட வாழ...

என்னோட காதலை
அவளிடம் சொல்ல
அத்தபொண்ணும் போய்விட்டாள்
என்னைவிட்டு தள்ளி

எனக்கு பிடிக்கவில்லை
        மற்றொரு பெண்ணை
அவள் நினைவால்
        இழந்துவிட்டேன் என்னை

தேவதைகளை பார்த்திருக்கிறேன்
        ஒவிய ஏட்டில்
உன் அழகை
        வடித்திருக்கிறேன் பாட்டில்

கட்டி வச்சேன்
        ஆசைகளை மூட்டை
அவள்வாழ கட்டினேன்
        புத்தம்புது வீட்டை

திரும்பி திரும்பி
        என்னை பார்க்கிறாள்...
என் மனதில்
        தீயை மூட்டுகிறாள்...

கண்ணில் காதல்
        ஆசை காட்டுகிறாள்...
கொஞ்ச நேரத்தில்
        கம்பி நீட்டுகிறாள்..

உண்மையாக என்னை
உனக்கு பிடிக்கவில்லையா...
இல்லை பிடிக்காத
மாதிரி நடிக்கிறாயா...

என் மனசு
உன்னாலே துடிக்குதடி...
மாமன் இதயம்
தீயாய் கொதிக்குதடி....

உன்னை சுற்றிசுற்றி
வருவது தெரியவில்லையா..
மாமன் மனசு
உனக்கு புரியவில்லையா...

அன்பே அழகே
என் அத்தப்பொண்ணே
பதில் சொல்லு
எதிரே வந்துநின்னு

என்ன பத்தி
ஊருக்குள்ள கேளு...
நான் உனக்கேற்ற
ஒரேயொரு ஆளு

பேசாமல் போவது
　　　என்னடி நியாயம்...
என்னை கொஞ்சம்
　　　புரிந்துகொள் நீயும்...

நானும் பார்த்துக்கொள்கிறேன்
　　　உன்னை அக்கறையோடு.
நாளும் சமைத்து
　　　தருகிறேன் சர்க்கரையோடு

உன்னைவிட எதுவும்
　　　பெரிதாக இல்ல..
உன் நினைவில்
　　　கட்டியணைக்கிறேன் கல்லை

நன்றாக யோசித்து
　　　நீயும் சொல்...
நான் காத்திருக்கிறேன்
　　　புரிந்து கொள்

நீயா நானா
　　　போட்டி தேவையில்லை
உன்னிடத்தில் வேண்டுகிறேன்
　　　திருப்தியான சொல்லை..

29.. வைக்கச் சொல்லு உனக்கு சுயம்வரம்...

அழகானவளே அத்தபொண்ணு
எனக்கேத்த பானு....

கண்ணத்தின் மேலே
துடிக்குதடி மீனு..
அதை பிடிக்கவே
துடிக்கிறேனடி நானு..
என்னைக் கண்டு
ஓடுறியே புள்ளிமானு...

பயந்து ஓட
நீயென்ன பேயா..
வழியை பார்த்து
ஒழுங்காய் நீபோயா..
எதற்கு இப்படி
சுற்றுகிறாய் நாயாக..
அப்பா வருகிறார்
ஓடுவிடு நீயாக

மாமா வந்தால்
பயமா வரும்...
வைக்கச் சொல்லு
உனக்கு சுயம்வரம்...
மாமனை நம்பிவாடி
வாழ்க்கை வளம்பெறும்...
நீயே விட்டுபோனா
என்மனம் யாரைச்சேரும்

பரவாயில்லை பரவாயில்லை
நீயும் போடா...
உனக்கு கல்யாணம்
காட்சியெல்லாம் கேடா...
வந்துபோக மனதென்ன
உன்னோட வீடா..
வந்து நுழைந்துவிட்டாய்
கண்களின் ஊடா (ய்)

என்னை விரட்டாதடி
வீசும் இளங்காத்தே...
சொல்ல வந்தேன்
பிறந்தநாளு வாழ்த்து...
கண்ணத்திலே முத்தமிட்டு
என்னை வீழ்த்து...
நான் பார்க்கும்போது
வெட்கி தலைதாழ்த்து...

மைனர் இவரோ..!!
மன்மதன் வீட்டுபக்கம்..
பார்த்து நானும்
படவேணுமாம் வெக்கம்
பட்ட துன்பமெல்லாம்
கண்முன்னே நிக்கும்...
அதை நினைத்தால்
வாராதோ துக்கம்..

ஏன் எதற்கு
        துக்கம் இனிமேல்..
இன்று உனக்கு
        இனிய பிறந்தநாள்..
என்னடி பயம்
        நான் உன் ஆளு..
என்ன வேண்டும்
        அத்தானை கேளு...

எதுவும் வேண்டாம்
        உன்னைத் தவிர...
புரிந்துகொள்ள முடியவில்லை
        நீபோடும் புதிர...
எப்போதும் நீதானடா
        என்னோட உயிரு...
எப்போது கட்டுவாய்
        தாலி கயிறு ...

சொல்லிவிட்டேன் தாலி
        செய்ய சொல்லி.
கட்டியபின் அணைக்குறேன்
        உன்னை அள்ளி...
அள்ளி கசக்கபோகிறேன்
        உன்னைதான் மதுரமல்லி...
எட்டி ஓடாதடி
        நீயும் தள்ளி...

எட்டிதொடும் தூரம்
        தள்ளியேயிருங்க கொஞ்சம்...
உங்களிடமே இனி
        நான் தஞ்சம்...
தாலி கட்டும்வரை
        வேண்டுமதில் பஞ்சம்...
கட்டியபின் தாங்கிடுமே
        உங்களை பெண்மஞ்சம்....

30. வாழ்வோமே கூடி...

உறங்கும் வேளையிலும்
        உன்னுடைய நினைப்பு..
சிரிப்பால் வரும்
        கண்ணக்குழி உன்வனப்பு
அத்தைப்பொண்ணே அழகுசிலையே
        பிடிக்கவில்லையா என்னை...
மறைத்து வைத்திருக்கிறேன்
        மனதிற்குள் உன்னை...

பொய்ச்சொல்லி பொய்ச்சொல்லி
        ஏமாற்றுகிறாய் என்னை...
பெண்களை பார்த்தால்;
        சிமிட்டமாட்டாய் கண்ணை
ஏமாற்றும் மோசக்காரன்
        தேவையில்லை எனக்கு..
என்னசெய்தாலும் கிடைக்கமாட்டேன்
        நான் உனக்கு...

என்ன நினைத்துவிட்டாய்
        என்னைப்பற்றி நீயும்...
பூவே உன்மீது
        என்நினைவுகள் மேயும்
அழகு வேண்டாம்
        அன்பே போதும்..
பக்கம்வா பால்நிலவே
        தப்பில்லை ஏதும்...

பக்கம்வர பக்கம்வர
    கிறுக்கில்லை நானும்....
தொந்தரவு செய்யாதே
    உனக்கென்ன வேண்டும்
யாரும் கிடைக்கவில்லையா..?
    ஊரில் என்னைவிட்டால்
உன்னை காதலிக்க
    நானுமல்ல முட்டாள்...

ஆயிரம்பேர் இருந்தாலும்
    உன்னைப்போல் யாரு
வேறேன்ன வேண்டும்
    நீ இருக்கும்போது
கண்மணியாய் ..கண்ணகி
    நீயிருக்கும் போது...
எனக்கு தேவையில்லடி
    ஊரில் வேறுமாது...

நடிக்காதே நடிக்காதே
    நல்லவனைப் போல...
உன்னைப்போல பார்த்திருக்கேன்
    ஊரில் பலபேரை...
கொஞ்சம் அசந்தால்
    திருடிவிடுவாய் ஆளை
உன் நினைவு
    இப்போது யார்மேல...

என்னடி இப்படி
சொல்லிவிட்டாய் நீதான்...
உனக்கு மாமன்
என்றுமே நான்தான்
உன்னை சாப்பிடவருகிறேன்...
இனிப்பு பலா...
கடிப்பதற்குள் ஓடிவிடாதே
கன்னி நிலா...

யாரவள் நிலா...
நகராதே நில்
எந்தஊர் அவளும்
சொல்லிவிட்டு செல்
ஏமாற்றாதே, பாவமில்லையா
இந்த அத்தைமகளும்
தெரிந்துவிட்டது உன்
உண்மை நகலும்

ஏமாற்றவில்லை ஏமாற்றவில்லை
நான் உன்னை...
அத்தை மகளே
நம்பியிரு என்னை...
பாசமான என்
பஞ்சவர்ண கிளியே...
என் மனதை
உடைக்காதடி உளியே...

நாளும் நம்பியிருக்கிறேன்
                நானும் உன்னை
பயம் மறைத்துவிட்டது
                என் கண்ணை
உன்னைவிட்டால் யாரும்;
                எனக்கு இல்லை
கொடுப்பேன் தினமும்
                அன்புத் தொல்லை

என்னை மயக்க
                யாரும் இல்லையடி
நீ ஆசைகளை
                வைக்காதே மூடி..
நீதானே எனக்கு
                நல்ல ஜோடி..
ஆயுள் முழுக்க
                வாழ்வோமடி கூடி...

31. கண்ணக் குழிமேடு....

உன் கண்ணக்குழியில்
    காதல்கொட்டி மேடுதூக்கவா...
மஞ்சள் தாலிகட்டி
    உன்னையென் மனைவியாக்கவா....
தலைமுதல் பாதம்வரை
    பார்த்து ரசிக்கவா
உன்னை சொந்தமாக்கி
    அத்தையை பாட்டியக்கவா..

கண்ணத்தில் குழிவிழுந்தால்
    அழகுதானே மாமா
குழிவிழுந்த கண்ணம்
    உனக்கு வேண்டாமா..
உடைந்த வானவில்லை
    ஒட்டவைக்க முடியுமா....
ஆசை பேச்சுக்கு
    இந்த ஆளுமடியுமா...

இருவரும் சேரும்நாள்
    விரைவில் வரவேண்டும்
அத்தைமகள் எனக்கு
    மனைவியாக மாறவேண்டும்
மெட்டி போட்டுவிட
    கால்கொஞ்சம் காட்டு
எனக்கு வாக்கப்பட்டு
    வா வெக்கம்விட்டு

வாக்கப்பட வேறொரு
        ஆளைப் பாரு...
உனக்கு என்ன
        தகுதியிருக்கு கூறு
நான் திருவிழாவில்
        அசைந்துவரும் தேரு
கொஞ்சம் கண்ணாடியில்
        முகத்த பாரு...

முகம்பார்க்க கண்ணம்
        கொஞ்சம் காட்டு...
ஒருமுறை என்;
        இதயத்துடிப்ப கேட்டு
என்னைப் பற்றி
        பாடு ஒருபாட்டு
பாடும்போது பக்கம்வந்து
        எனக்குள் தீமூட்டு...

உளராதே உளராதே
        பொறுக்கி பயலே...
உன் வலையில்
        சிக்காது இந்தமுயலே...
என் மனதிற்குள்
        அடிக்கிறது புயலே...
அறுவடைக்கு காத்திருக்கு
        இந்த நெல்வயலே...

அறுவடைக்கு நாளும்
        எப்போது வருமோ...
வயலும் நல்ல
        விளைச்சலை தருமோ...
இருக்கும் வறுமையெல்லாம்
        விளைச்சலாலே தீருமோ...
என் வாழ்க்கை
        இதனால் மாறுமோ...

சீர்வரிசை எல்லாம்
        இருக்கு உனக்கு..
செய்கிறாயே இந்த
        சின்னபொண்ண கணக்கு...
கல்யாண வேலைகளை
        சீக்கிரமாய் துவக்கு..
வெக்கம் வழிகிறதே
        தடுத்து நிறுத்து....

நீண்டநாள் காயத்துக்கு
        கிடைத்ததடி மருந்து...
சீக்கிரமாய் வைக்கிறேன்
        கல்யாண விருந்து
பாதிகாலம் போனதடி
        உனக்கு காத்திருந்து...
இப்போதாவது சென்னாயே
        இனியவாய் திறந்து...

முடியயவில்லை ஆசையை
வைத்து பூட்ட....
நேரம் வந்துவிட்டது
கழுத்தை நீட்ட
பிறவிக்கடனை அடைக்கப்போகிறேன்
கழுத்தை நீட்டி
என்னை ஏற்றுக்கொள்
ஊரைக் கூட்டி...

32. என்மீது போர் தொடுத்தாய்...

ஆசை அத்தைமகளே
ப்ரியமான ப்ரீத்தி
வாங்கி தருகிறேன்
உனக்கு ஸ்கூட்டி...
என்னை கூட்டிப்போடி
வண்டியில ஏத்தி.
போக மாட்டேன்
உன்னை ஏமாத்தி....

பொய் சொல்வது
உனக்கென்ன புதுசா...
வலை விரிக்கிறாய்
ஏதோ பெரிதாய்...
ஸ்கூட்டி கொடுத்து
கூட்டிபோக பார்க்கிறாய்
காதலித்த கடனுக்கு
வட்டி கேட்கிறாய்..

வட்டியோடு அசலை
நானே கொடுக்கிறேன்..
காலமெல்லாம் உன்னை
தத்து தத்தெடுக்கிறேன்...
கண்களால் என்மீது
போர் தொடுத்தாய்...
நாள்தோறும் என்
மனதில் ஊற்றெடுத்தாய்.

வேலைவெட்டி எதுவும்
இல்லையா உனக்கு...
இப்படி என்னை
விரட்டுகிறாயே எதுக்கு...
ஏன் இப்படி
இழுக்கிறாய் வம்பு
யாராவது பார்க்கும்
முன்னே கிளம்பு..

யார் வந்தாலென்ன
முறைமாமனடி நானுனக்கு
என்னைவிட அதிக
உரிமை யாருக்கு..?
ஆற்றோரம் பூத்த
வாச அரும்பே...
பேசாமல் போகாதடி
கொஞ்சம் திரும்பு

முறைமாமன் பெயரைச்சொல்லி
அரிசி வாங்கமுடியுமா...
காய்கறியும் பாலும்
வாங்க முடியுமா..
வெட்டித்தனமாக ஊரைச்
சுற்றி வந்து..
வெக்கமின்றி காட்டுறியே
வெட்டி பந்தா

வேலை கிடைத்துமா
          வெட்டியாக இருக்கிறேன்...
படித்த படிப்புக்கு
          வேலை கிடைக்கவில்லையே
தரைபோல் உன்னை
          நானும் தாங்குவேன்
என்னை உனக்கு
          ஏனோ பிடிக்கவில்லையே...

புரியவில்லையா உனக்கு
          ஏன் பிடிக்கவில்லையென..?
பிடிக்காமலா நின்று
          உடன் பேசுகிறேன்
வேலைக்கு போய்
          நீங்களும் வாங்க
நாம் போகலாம்
          சீக்கிரம் தாலிவாங்க

நாளும் தேடிக்கொண்டே
          நான் இருக்கிறேன்
ஏன் படித்தோமென
          என்னை வெறுக்கிறேன்
உனைசுமக்கும் காலத்திலே
          சான்றிதழ்கள் சுமக்கிறேன்.
உன்னை நினைத்து
          வலி பொறுக்கிறேன்

சீக்கிரம் கிடைத்துவிடும்
நல்ல வேலை
அடுத்து போட வேணும்
எனக்கு மாலை
உங்களோடு நான்
சேருகின்ற நாளை
எதிர்பார்த்து காத்திருக்கிறாள்
இந்த பூஞ்சோலை

கிடைக்கட்டும் கிடைக்கட்டும்
நல்ல வேலை
உடனே போடுகிறேன்
உனக்கு மாலை
உன்னோடு நான்
சேருகின்ற வேளை
உலகம் என்னை
பேசட்டும் நாளை...

பேசட்டும் பேசட்டும்
உலகம் உன்னை
அப்போது மறந்திடுவாயா
நீயும் என்னை
உன்னோடு வாழும்
ஒவ்வொரு நிமிடம்..
என்னோட வாழ்வில்
பெரியபெரிய பக்கங்கள்...
வாழ்வோம் பெரிதாய்..

33. என்ன தவம் செய்தேனோ

என் உயிரின்

மற்றொரு பாகமே
என்ன ஆனதடி

உன் தேகமே..
என்னானது உனக்கு...

எழக்கூட முடியவில்லை உன்னால்
நீ அழுவதை

பார்க்கமுடியவில்லையே என்னால்

பூப்பெய்திய போது

புதியது எனக்கு..
பின்னர் மாதாமாதம்

ஏனோ விலக்கு...
என்னதவம் செய்தேனோ..

பெண்ணாக பிறக்க....
நான் என்னசெய்வேன்

வலியினை பொறுக்க.

என்னவடி பெண்ணே..

கலங்குதடி கண்ணே...
என்ன செய்கிறது

எனக்கது தெரியவில்லை..
என்ன செய்வேனோ...

என்பதும் புரியவில்லை...
என்னவள் அழுகிறாள்

செய்வது அறியவில்லை

அடிவயிறோ அதிரும்..

    ஆறாயோடும் உதிரம்..

வலியிலே இப்பூ

    துடிதுடித்து கதறும்.

சுகமான வலி

    பொறுத்துதான் ஆகவேண்டும்

பழகி விட்டேன்

    இப்போது கொஞ்சம்..

என்ன சொல்கிறாய்

    நீயும் அழாதே

நீ அழுதால்

    என்மனம் தாங்காதே

என்ன ஆயிற்று

    என் துணைக்கு...

விரைந்து வா

    போகலாம் மருத்துவமனைக்கு..

மாதந்தோறும் நடக்குமிது

    சுழற்சி முறையில்.

நானும் துடிப்பேன்\

    வலியெனும் சிறையில்...

போராட்டம் நடக்கும்

    அடி வயிற்றில்..

முட்டிமோதிக் கொள்வேன்

    வலியால் சுவற்றில்

பெண்ணாய் பிறந்தால்
  படுகிறாய் பாடு
கண்ணீர்   வழியுதடி
  உன் கண்களோடு..
சமத்துப் பெண்ணே..
  வலியிலும் சுகம்தேடு...
நான் இருப்பேன்
  உறுதுணையாய் உன்னோடு...

வலியில்   தானே
  பெண்களின் வாழ்வு...
பொறுத்துப் போவது
  எங்களின் இயல்பு..
என்னங்க....!!! சுருக்குன்னு
  குத்தி வலிக்குது....
சாவதுபோல்இருக்குது..
  நான் என்னசெய்வேன்

மஞ்சள் தாலிகட்டி
  மாமன் ஆனேனடி.
நிதம்சேவை செய்வேன்
  உனக்கு நானடி...
கவலைவிடு கண்மணியே..
  சமையல்கூட யென்பணியே
வாடாதே கண்ணே
  என் அத்தபொண்ணே...

இந்த வார்த்த
மட்டும் போதும்...;
வலியெல்லாம் பறந்து
எங்கோ போகும்..
புருசன்கிட்ட வேறென்ன
பொண்டாட்டிக்கு வேணும்...
உனைச்சேர பண்ணியிருக்கேன்
புண்ணியம் நானும்...

அப்படியெல்லாம் இல்லையடி
ஆச அத்தமகளே...
வாழ்க்கை வெயிலில்
நீதானே என்நிழலே..
மாதம் ஏழுநாள்
நீயெனக்கு சேயடி...
மற்ற நாட்களெல்லாம்
நானுனக்கு தாயடி

34. நம் காதலோடு...,

அத்தை பெற்றெடுத்தாள்
மஞ்சள் பூவை...
நாளும் எனக்காக
வளர்கிறாள் பாவை...
அவள் உதடோ
சிவந்த கோவை...
அடக்க முடியவில்லை
சுவைக்கதுடிக்கும் நாவை...

அத்தையும் பெற்றெடுத்தாள்
ஒரு ஆசைமகனை...
அவன் தீர்த்துவைப்பான்
என் பிறவிக்கடனை...
அவனை அடைத்துவைத்தேன்
மனச் சிறையில்...
எப்போது சேர்வோம்
மண வறையில்

மணவறையில் சேர்வோம்
மிக விரைவில்
முன்பே சேர்ந்துவிட்டாய்;
என் மனவறையில்
தவிக்கிறேன் நானும்
தனிமை சிறையில்
இருவரும் சேர்வோம்
நல்ல வளர்பிறையில்

திருமணம் என்பது

இருமனம் இணைவதா..

வாழ்வில் புது

கோலம் புனைவதா..

அதன் வடிவம்

கண்ணில் தெரிவதா...

இல்லை அது

சொன்னால்தான் புரிவதா...

இருமனம் இணைவதே

இனிய திருமணம்..

இணைந்த பின்

இரண்டும் ஒருமனம்

காற்றைப் போல்

கண்ணில் தெரியாது..

அனுபவம் போல்

சொன்னால் புரியாது.

காதல் கொண்டு

இன்பம் கொள்வோம்

வாழ்வில் விட்டுக்கொடுத்து

இருவரும் வெல்வோம்...

அழகான நாட்களை

குறித்துக் கொள்வோம்

கதைகளாக நம்

குழந்தைகளுக்கு சொல்வோம்..

குழந்தைகள் வந்தபின்பும்
அன்பிலில்லை குறைவு
அவர்களை கண்டு
நாள்தோறும் மனநிறைவு..
செல்லவேண்டும் காலம்
மிக மெதுவாய்...
குழந்தைகளை வளர்ப்போம்
அழகோடு அறிவாய்...

குழந்தைகளோடு சேர்ந்து
நாமும் வளர்வோம்...
மெதுவாய் வளர்ந்து
முதுமையும் மலர்வோம்..;
கிழவன் கிழத்தி
ஆன பின்பும்..
இளமை காதல்;
இறுதிவரை செல்லும்..

நமது காதல்
செல்லும் தூரம்
நமது வயதும்
சென்றால் போதும்...
இல்லை காதலுக்கு
கண்கள் இல்லை
நம் காதலுக்கு
முதுமை தடையில்லை

வாழ்ந்த நாட்கள்
எல்லாம் இனிமை
உங்களைப் பிரிந்தால்
வேண்டாம் தனிமை..
காலம் முழுவதும்
சேர்ந்தே வாழ்வோம்...
கல்லறைக்கும் செல்வோம்
நம் காதலோடு...

35. மெல்ல விடைகொடு.....,

அத்தையின் மகளே அனு
என்னானது என்காதல் மனு
பார்க்கிறாயே ஒரு திணுசா..
முகமேன் சுருங்கியது சிறுசா...

சோகங்கள் என்னை வாட்டி வதைக்கின்றன
சொந்தங்கள் வெறுத்து ஒதுக்குகின்றன
கவலைகளை மனதோடு புதைக்கிறேன்
விரைந்து வாருங்கள், காத்திருக்கிறேன்

கொஞ்சம் பொறுத்துக்கொள்ளடி தங்கமே
விரைந்து வந்துவிடுகிறேன் நானும்
ஆய கலையே...! தங்கச்சிலையே..!
உன்னப்பார்த்து சுற்றுதடி தலையே..

சிரிப்புவருதே சிரிப்புவருதே சீமானே
என் அழகு முறைமாமனே
தங்கம் மங்குதே கொஞ்சம்...
பட்டை தீட்டுங்கள் காதல்செய்தும்

சீமானுக்கேற்ற சீமாட்டி நீயடி..
என்னைக் கொல்கிறதே காதல்நோயடி
நீயெந்தன் முதல் சேயடி
நானுனக்கு சேவைசெய்யும் தாயடி

பெரிய வார்த்தையெல்லாம் சொல்லாதீங்க
ஆசைய மனசுலபோட்டு மெல்லாதீங்க
கன்னியின் மனதையும் கொல்லாதீங்க
கனவில் வருவதோடு நில்லாதீங்க

கனவில் நானும் வருகிறேனா..?
காதல் பரிசெல்லாம் தருகிறேனா..?
கன்னி மனதை பறிக்கிறேனா
உன் கண்களுக்குள்ளே இருக்கிறேனா

ஆமாம் ஆமாம் உண்மை
காதல்நோயில் தவிக்கிறதே பெண்மை
அழுதே கலையுதென் கண்மை
நடிப்பதுதான் உங்கள் திண்மை

நான் தெரியாததுபோல் நடிக்கிறேன்
நீயும் கண்ணீர் வடிக்கிறாய்
உன்னாலே என்மனம் துடிக்கிறது
காலம் வரட்டும் கைப்பிடித்திட

எத்தனை காலம் காத்திருப்பேன்
வரும் தைவரை பார்த்திருப்பேன்
அதற்குள் நல்லமுடிவை எடு
இல்லையேல் மெல்ல விடைகொடு

www.ingramcontent.com/pod-product-compliance
Lightning Source LLC
LaVergne TN
LVHW091112180726
843490LV00002B/744